MY First Book
மை ஃபர்ஸ்ட் புக்

தன்யா நட்ராஜ்

Copyright © 2024 Dhanya Natraj

Made   with   ❤   on   the   Notion   Press   Platform

www.notionpress.com

என் சிந்தையும் குருதியும் ஒன்றென
இரீங்கரிக்கும் ஒற்றை சொல் எழுத்து. எழுத
விரும்பாத என் தம்பி தங்கைகளுக்கு
இக்கதை சமர்ப்பணம்.

என் அனைத்து வெற்றி தோல்விகளிலும் என்
உடனிருக்கும்
என் குடும்பத்தினருக்கு நன்றி.

மதில்களைத் தாண்டி உலகைக் கண்டு பரவசிக்க எழும் பட்டாம்பூச்சியாய் மதிலழகான மண்ணையில் மதியழகான மாயா. அவள். ஈரக்காற்று எங்குள்ளது என்று எட்டிப்பார்க்கும் மரங்கள் , ஆம் சுட்டெரிக்கும் சூரியனின் சொந்த ஊர். வெயிலோடு நிழலாய் ஒட்டி நிற்கும் கருமையே அவள் நிறம், கருணையே அவள் குணம். குடும்பத்தின் கடைக்குட்டி, குறும்புத்தனத்தில் படு சுட்டி.

வெகு நேரம் பணிச் சுமையின் பின் அயர்ந்துரங்கும் மாயாவின் மனதின் ஆழம், சுழலும் கனாக்களாய்.....

காரிருள் மெலிதாய் தொடங்கி, வீறிடும் குரல்கள், ஒளியின்றி ஒலி மட்டும்.

என்ன பால் வாங்க போவியா? அப்போ எப்ப பாத்தாலும் வேலைத் தானா? எண்டர்டெயின்மெண்ட் (entertainment) எதும் இல்லையா? ஹா ஹா சரியான காமெடி. என்னும் மாமா.
இவளுக்கு நல்லா புளிகொளம்பு ஊதுங்க பிசா-லாம் (pizza) சாப்பிட மாட்டா. இவ பாட்டி நல்லா கெடுத்துவச்சிருகாங்க. என்னும் பெரியப்பா

ஏய் இவளக் கண்டிப்பா நம்ம கூட சேத்துக்கனுமா? ஓவரா ரூல்ஸ் பேசுவா. எனும் தோழிகள்.

நாம எல்லாரும் கலர். இவ மட்டும் கருப்பு. அம்மா தவுட்டுக்கு வாங்குனிங்களா இவள? என்னும் அக்கா.

என்ன ஆச்சு உனக்கு? உடம்புக்கு முடியலையா? இவளுக்குச் சாப்பாடு போடுவீங்களா இல்லையா? என்னும் அயலான்.

எல்லாரும் கடைக்குப் போயிட்டு உங்களுக்கு வேண்டிய சாக்லேட் வாங்கிகோங்க போங்க போங்க. நீ மட்டும் இங்கே இரு. நீ சின்ன பிள்ளைப் போகக்கூடாது என்னும் உறவினர்.

பல குரல்களின் சிரிப்பொலி மீண்டும் மீண்டும்....கனவின் உக்கிரத்தில் தலையை மறுத்தாட்டும் மாயா.

கருமை, வெறுப்பு, கேலி, கிண்டல், தனிமை, உடைக்குள் நீளும் கைகள், அருவருப்பு என அனைத்தையும் பிரதிபலிக்கும் வண்ணம் அக்குரல்கள் அடங்க குறுக்கிட்டது ஒரு ஓவியம் . சட்டென மேசை மேல் மாயா. அதைக் கான மாட்டாமல் கண்மூட தவிக்கும் அவள், கண் மூடினாலும் மனக்

கண்ணிலிருந்து அகலா அவ்வோவியம். பார்க்கப் பார்க்கக் கோபம், அழுகை, என்ன செய்வதென்று அறியாத பதற்றம் பற்றுகிறது மாயாவைப் பற்றி எரிகிறாள் அவள். அழிப்பானை எடுத்து வேக வேகமாக அழிக்க முற்படுகிறாள். எத்தனை முயன்றும் அழியா ஓவியமாய் மாயைச் செய்கிறது மாயாவின் வாழ்வில்.

அழிப்பானின் நிறம் மாறுகிறது அளவு

மாறுகிறது ஆனால் எத்தனை முயற்சித்தும் அழிக்க முடியாமல் மேடையில் சாய்கிறாள் மாயா. பின்னின்று ஒரு கரம் தோள் மேல். திடுக்கிட்டு எழுந்தாள் மாயா. ஒரு நிமிடம், கனவின் நினைவோட்டம் அவளைக் கதிகலக்கியது. அலாரம் ஒலி உலுக்கக் கனவிலிருந்து மீண்டெழுந்தவளாய் அலைபேசியை நோக்கினாள், நேரமாகியதை உணர்ந்து அன்றாட வேலைகளைச் செய்யத் தொடங்கினாள்.

இத்தனை நெருடல்கள் இருப்பினும் அவள் இதயத்தை வருடுவது, பாடல்களே. பாடல்களை ரசித்தபடி பணிசெய்வது அவள் பழக்கம். தன் தோழிகளுடன், வாடகை வீட்டில் தங்கியிருந்தாள். அலுவலகத்திலிருந்து சற்று தொலைவு அவள் இல்லம். பரபரப்பாய் குளியல், சமையல் முடித்து வேகமாக, ஆனால் முன்னோக்கிய நடை, பேருந்து நிறுத்தத்தை வந்தடைந்தாள்.

கூட்ட நெரிசலில் ஜன்னல் ஓர இருக்கை எட்டா கனி, "ஜூஸ் ஆகாமல் ஆபீஸ் போன போதும்பா" என்றிருந்தது அவள் எண்ணம். காட்சிகள் நகர்ந்தன இருசக்கர வாகனத்தில் இருவர் மின்னல் பாய்ச்சலில் சென்ற காட்சி வெட்டி சென்றது. நின்ற இடமோ நினைவலைகளில். தற்போது மாயாவுக்கு வயது பத்து. கோடை விடுமுறைக்காக முதன் முதலில் தன் அத்தை வீட்டிற்குச் சென்றிருந்தாள். தந்தை வழி உறவினர்கள் அனைவரும் ஒன்றுகூடி இருந்தனர்.

மாயாவின் அக்காள் தான் எப்போதும் அத்தை வீட்டிற்குக் கோடை விடுமுறைக்கு வருவது வழக்கம்.

மாயா தன் தாய் வழிப் பாட்டி வீட்டில் தான் எப்போதும். அவள் இன்ப நாட்கள் பாட்டி தரும் பாசமும் பலகாரமுமாய் தித்திக்கும் மலைத்தேன் அது.

முதல் முறை வந்ததும் மாமா " என்ன அதிசயம், மாயா வந்திருப்பது, வா " என அழைத்து அருகில் உட்கார சொன்னார். " சொல், எப்போதும் இங்கு வராமல் உன் பாட்டி வீட்டில் என்ன செய்வாய் " என்று கேட்டார். மாயாவுக்கு மகிழ்ச்சி பீறிட்டது. தன் அனுபவத்தைக் கொட்டி தீர்க்கக் கிடைத்த முதல் மேடை . ஆர்வத்தோடு வர்ணிக்கத் தொடங்கினாள். நிறைய தென்னை மரங்கள் உண்டு பாட்டி வீட்டில். செடிகளும் மரங்களுமாய் பூத்துக் குலுங்கும் தோப்பு வீடு. தென்றல் வருட திண்ணையில் கிடந்துறங்குவோம் நாங்கள். பாட்டி எனக்குப் பல கதைகள் சொல்வாள், நானும் சில. காலை எழுந்ததும் பக்கத்துத் தோப்பில் உள்ள பெரியம்மா வீட்டிற்குச் சென்று பால் வாங்கி வருவேன். சமையல் மற்றும் தோப்பு வேலைகளில் பாட்டிக்கு உதவியாக இருப்பேன். பூச்செடிகளுக்கு நீர்ப் பாய்ச்சுவேன். என்று அவள் சொல்லிக் கொண்டிருக்கும்போதே, அனைவரும் சிரிக்கத் தொடங்கினர்.

தாத்தா பாட்டி இருவர் மட்டுமே இருக்கும் அந்த வீட்டில் தொலைக்காட்சி பெட்டி இல்லை , உடன் விளையாட யாருமில்லை, எந்த ஒரு பொழுதுபோக்கும் இல்லாத போர்க் கிராமம். அங்க விடுமுறைக்குப் போய் நீ வேலைத் தான் செய்கிறாயா? விளையாட மாட்டாயா, சரியான காமெடி. இங்க சிட்டி-ல எத்தனைப் பொழுதுபோக்கு இருக்கு தெரியுமா என்று சத்தமாகச் சிரித்துக்கொண்டே அங்கிருந்து கிளம்பினார். மாயாவுக்குக் கோட்டையே சரிந்தது போல் இருந்தது. குடும்பத்தின் கடைசி பெண் என்பதால் தன் அண்ணன், அக்காக்களோடு வயது வித்தியாசம் அதிகம். அதனால் யாரும் அவளை விளையாட சேர்த்துக் கொள்ளவில்லை. இதை விட இரு மடங்கு வயதில் பெரியவர்களுடனே அதிக நாட்கள் கழித்திருப்பினும் அப்போது இந்தத் தனிமையை ஒருபோதும் உணர்ந்ததில்லை அவள். அவள் கூறும் வார்த்தைகள் ஒவ்வொன்றும் கவனிக்கப்பட்டது அங்கு வேடிக்கைச் சிரிப்பு வருமே தவிரக் கேலி சிரிப்புகளைக் கண்டதில்லை. இப்போது அத்தை வீட்டின் கேலி சித்திரமாய் மாறினாள் மாயா.

தன் சகோதரி இருசக்கர வாகனம் ஓட்ட பயின்று கொண்டு இருந்தாள், அண்ணன்

அனைவரும் கிரிக்கெட் விளையாடி கொண்டிருந்தனர், பெரும் மைதானத்தில் ஒரு ஓரமாகப் பார்வையாளராய் மாயா. அதுவே அவள் பாட்டி வீட்டில் இரு பார்வையாளர்கள் தான் இருப்பினும், இவளே கதாநாயகி. இனி அத்தை வீட்டிற்கு வர வேண்டுமா என்று இருந்தது அவள் எண்ணம். அம்மா போம்மா போ, இறங்குமா படில நின்னுகிட்டுச் சீக்கிரம் இறங்குமா என்னும் நடத்துனரின் அதட்டலில் நினைவில் இருந்து மீண்டாள் மாயா. பேருந்தில் இருந்து இறங்கி அலுவலகம் வந்தடைந்தாள் நேர்மையை நாளும் கடைப்பிடிப்பதால் சில நண்பர்களுடனும் பல எதிரிகளின் படைச் சூழ அலுவலகம் அவளை அன்புடன் வரவேற்றது.

எப்போதும் போல தன் இருப்பிடம் சென்றாள், ஓர் இரு குட் மார்னிங்களுடன். அது ஒரு தனியார்த் தொலைக்காட்சி நிறுவனம். உறவினர் வீடுகளில் மட்டுமல்லாமல் கல்லூரி, பணியிடம் என்று தொடர்ந்தது கிராமம், நகரம் என்னும் பாரபட்சங்களை எதிர்த்து அவளின் போராட்டங்கள். திறமையை மட்டுமே நம்பி இவ்விடம் அவள் வந்தடைந்தது முட்கள் நிறைந்த ஒரு நெடுவழி பாதை. அதிகாரி ஒருவர் உள்நுழைந்து அறிவிப்பு ஒன்று சொன்னார். மார்னிங் கைஸ் வெதர் ரிப்போர்ட் படிக்க

மை ஃபர்ஸ்ட் புக்

இன்னைக்கு ஆடிஷன் இருக்கு நீங்க எந்த டிபார்ட்மெண்ட்ல இருந்தாலும் சரி பார்ட்டிசிபேட் பண்ணலாம் மதியம் ஸ்டுடியோக்கு வாங்க என்று சொல்லி விடைபெற்றார். ஆனந்த ஆழியில் மாயாவின் திரைக்கனவு திரைமேல் எழும் திமிலாய் மிதந்து கரையை நோக்கி நகரும் போது புயல் போல் எழுந்தது அவ்வொலி டிரிங் டிரிங்..

குட் மார்னிங் சார். ஹே மாயா! இன்னைக்கு ஷெட்யுல் சொல்றேன், ஃபாலோ பண்ணிக்கோ. ரம்யாவும், ஜெசுவும் ஸ்டுடியோ பாத்துக்கட்டும். நீயும், ராமும் வெளியே ஷூட் போயிட்டு வந்துடுங்க. இன்னைக்கு ரவி லீவ், நீ ரீப்ளேஸ் பண்ணிடு.

மாயா: சார் மதியம் வெதர் ரிப்போர்ட் ஆடிஷன் இருக்கு?

மேலதிகாரி: சோ வாட் ? ஜெசு பாத்துப்பா.

மாயா: நானும் போலாம்னு இருக்கேன் சார். ரம்யாவை ஷூட்க்கு அனுப்ப முடியுமா?

மேலதிகாரி : நீயா நம்ம டீம்லயே நீ தான் கலர்க் கம்மி, சோ லீன், உனக்கு ஸ்கிரீன் பிரசன்ஸ் நல்லா இருக்காது. நீ ஷூட் போய்ட்டு.

நம்ம டீம்ல நீ தான் கலர்க் கம்மி எனும் வார்த்தைகள் மாயாவைக் கடந்த கால நினைவுக்குள்ள தள்ளி தாழிட்டது.

உடை அலங்காரம் ஒப்பனையில் அதித ஈடுபாடு உடையவள் மாயாவின் அக்கா, இவளோ நேர் எதிர். அவளுக்குத் தேவையான அத்தனையும் அக்காவும் அம்மாவுமே ஷாப்பிங் செய்வது வழக்கம். உனக்கு ட்ரெஸ்ஸிங் சென்சே இல்ல மாயா, உன் கலருக்கு இது சூட்டாகாது, என்னும் விமர்சனங்களே வாங்கும் உடைகளை விட அதிகம் கிடைக்கும்.
ஒரு நாள் வீட்டிற்கு உறவினர்கள் வந்த போது அம்மா அறிமுகம் செய்ய அவரோ

உறவினர்:மாயா தான் தங்கையா? நான் இவதான் அக்கான்னு நினைச்சேன் என்றார்.

அம்மா: மாயா எல்லாத்துலையும் டிஃபரென்ட். என்று சொல்ல

அப்போது மாயாவின் அக்கா அம்மாவிடம் முணுமுணுத்தது மாயாவின் காதுகளில் எப்போதும் நீங்கா நீள் ஓசையாய் ஒலித்துக் கொண்டே இருக்கும்.

அக்கா: அம்மா நாம எல்லாரும் கலர் மாயா மட்டும் கருப்பு இவளத் தவுட்டுக்கு வாங்கினீங்களா? இதுதான் நீங்க சொன்ன டிஃபரென்ஸா? என்று சொல்லிச் சிரித்தாள். மாயாவோ போலி புன்னகையுடன் உள்ளே சென்றாள்.

இது போல் கூறுவது வழக்கம் என்பதாலும் உறவினர்கள் உடன் உள்ளதாலும் அன்னை அதைப் பொருட்படுத்தவில்லை. ஆனால் அன்று அம்மாவின் அரவணைப்பு மாயாவிற்கு கிடைத்திருந்தால், இன்று உடல் கேலி நிற பேதத்தை எதிர்த்து மாயாவின் குரல் ஒலித்திருக்குமோ என்னவோ? ஆனால் அவளோ
மாயா: ஓகே சார் நான் ராம் கூட ஷூட் போறேன். தேங்க்யூ சார் என்று கூறி போன் கால் உடன் தன் கனவுகளையும் சேர்த்தே துண்டித்தாள்.

நான்கு சக்கர வாகனம் ஆபீஸ் வாசலில் வந்து நின்றது. மாயா முன்னிருக்கையில் அமர்ந்தாள் அவளுக்கே உரிய அதிகாரப் பாணியில். பின்னிருக்கையில் ராமும் அவனின் உதவியாளனும் கேமராக்களோடு அமர்ந்தனர்.

சக்கரம் உருண்டோட வண்டி மட்டுமல்ல நம் வாழ்க்கையும் நகர்ந்து ஓடுகிறது எதை நோக்கி நம் பயணம் என்பது நம் கைகளிலே... கடந்து செல்லும் மரங்களைப் போல நம் வாழ்வில் மனிதர்கள். வேண்டாம்பா இந்த மனிதர்களை மட்டும் எங்களுடன் ஒப்பிடாதே நாங்கள் ஜடம் போல் தெரிந்தாலும், உயிர் உண்டு, மனிதம் உண்டு, வெட்டுபவர் வேண்டுவதாய் மாறி பயன்படுகிறோம். ஆனால், மனிதர்களோ உயிருள்ள ஜடங்கலாய் அசையாமல் நிற்பவர்கள், சமூக அநியாயங்களைக் கண்டும் காணாமல். மாயா, உனக்கு ஒப்புமைக்கு வேற யாரும் கிடைக்கலையா? என்று மரங்களுடன் மாயா உரையாடிக்கொண்டே வந்தடைந்தாள் ஒரு நட்சத்திர விடுதிக்கு.

உள்ளே நுழைந்ததும் மாயாவின் மனதில் தோன்றிய கேள்வி. அழகு, அது எங்கே உள்ளது? பளபளக்கும் பளிங்கு கற்கள் மின்ன, மதிலும் கூரையும் அழகிப் போட்டியில் யார்ச் சிறந்தவர் எனச் சண்டையிட்டனவாம் அத்தனை கலை வேலைப்பாடுகள் உடைய மாளிகை அது. தேர்ந்தெடுக்கப்பட்ட மெலிந்த வெளுத்த நிறத்துடன் மேற்கத்திய ஆடைகள் அணிந்த மங்கையர்கள் வரவேற்றனர்.

மை ஃபர்ஸ்ட் புக்

வெல்கம் மேடம். கம் ஹேவ் சம்திங் அண்ட் வீ வில் ஸ்டார்ட் தி ஷூட் லேட்டர் (Welcome Ma'am,Come have something and we will start the shoot later) என்றார். வந்தவர்களுக்கு வெல்கம் ட்ரிங்க் வழங்கப்பட்டது மாயா நோ தேங்க்ஸ் என மறுத்தாள். ராமும் உதவியாளனும் எடுத்துக் கொண்டனர்.

ராம்: மாயா நீ இன்னும் இதெல்லாம் பழகலயா?

உதவியாளன்: அவங்க கிராமத்தில் இருந்து வந்தவங்கபா அதான்.

ராம்: ஆமாமா அவங்களுக்கு எல்லாம் இதோட அருமைத் தெரியாது.

மாயாவின் கண்கள் சினத்தின் சின்னமாக மாறியது.

ராம்: ஹே மாயா சில் (Chill), இது பேஸிக் (basic) தான், அவளோ ஆல்கஹால் இருக்காது. சோஷியலைஸ் (Socialize) ஆகுறதுல என்ன தப்பு? இங்க வந்துட்டு இதெல்லாம் சாப்பிடலனா தான் தப்பா நினைப்பாங்க. கொஞ்சமாவது மாடனா மாறு மா, அதுதான் உனக்கு அழகு.

மை ஃபர்ஸ்ட் புக்

மாயா: என் கலாச்சாரத்தையும், பண்பாட்டையும், ஒழுக்கத்தையும் மதிக்கிறதுனால என்ன தப்பா நினைப்பாங்கன்னா நினைக்கட்டும். ஐ அம் நாட் ஸ்டில் ஸ்லேவ் டு வெஸ்டனைஸ்ட் தாட் ("I am not still a slave to westernised thoughts"). அவங்க பழக்கம் எவ்வளவு உயர்ந்தது என்று எனக்குத் தெரியாது. ஆனால் என்னோட பழக்க வழக்கம் என்னைக்கும் குறைந்தது இல்லை, எது சரி எது தப்புன்னு சொல்லிக் கொடுத்து என்னை நன்றாக வளர்த்திருக்காங்க எங்க வீட்ல. ஐ டோன்ட் கேர் அபௌட் அதர்ஸ் சீப் ஒப்பினியன் (I don't care about other's cheap opinion). நம்ம வந்த வேலையைப் பார்க்கலாமா? கிராமத்திலிருந்து வந்தவங்க பீட்சா சாப்பிட மாட்டாங்க, சோஷியல் ஆக மாட்டாங்க என்று தன் பெரியப்பாவின் சீப் ஒப்பினியன்னுக்கும் தரவேண்டிய பதிலடியை சேர்த்து கொடுத்தாள் மாயா.

ஆம் பதில் கிடைத்தது அழகு கலைப் பொருட்களில் இல்லைக் கலைஞனின் திறமையே அழகு. அழியாதது அறிவிலிகள் பேச்சைப் பொருட்படுத்தாதே மாயா முன்செல் என்றது அவளின் அழகான எண்ணங்கள்.

முன்னேற்பாடுகள் முடிந்த பின் ஒளிப்பதிவு தொடங்கியது மனதை உருக்கும் சமூக நிகழ்வுகளை நோக்கி நேர்மையான கேள்விகள் அதைச் சரி செய்ய மக்கள் அறிந்து கொள்ள வேண்டிய சட்ட திட்டங்கள் பதில்களாக, சுவாரசியமாக முடிந்தது பேட்டி.

மீண்டும் அலுவலகத்துக்கு விரைந்தது வண்டி. இப்போது மரங்களோடு இல்லை அவள் மனதோடு உரையாடல். அலுவலகத்தில் தணிக்கைக் குழு யாரை வானிலை அறிக்கைப் படிப்பதற்காகத் தேர்வு செய்திருப்பார்கள்? அங்கு என்னவெல்லாம் நடந்திருக்கும்? என்ன நடந்திருந்தாலும் நமக்கு நிராகரிக்கப்பட்ட வாய்ப்பு நிராகரிக்கப்பட்டது தான் அதில் எந்த மாற்றமும் இல்லையடி மாயா...

அலுவலகம் வந்தடைந்ததும் மாயா என்று அழைத்தது ஒரு குரல். தன் மேலதிகாரியின் அறைக்குள் நுழைந்தனர்க் குழுவினர். இன்னைக்கு எப்படிப் போச்சு ஷூட் என்றார். நல்லா போச்சு சார் என்றனர்க் குழுவினர். சரி ராம் நீங்க போய் கேமரா ரிட்டன் பண்ணுங்க. நீ மட்டும் இங்க இரு மாயா என்றார். இந்த வார்த்தைகள் காலையில் கண்ட கொடூரக் கனவின் உச்சத்தில் கொண்டு நிறுத்தியது மாயாவை.

அன்று விடுமுறை நாள் தன் அண்ணன், அக்கா அடுத்த வீட்டு பசங்களுடன் விளையாடி மகிழ்ந்திருந்தாள் மாயா. ஏழு வயதே நிரம்பிய பேதை அவள். மூத்தவன் அனைவரையும் அழைத்தான். இந்தாங்க பத்து ரூபா. எல்லாரும் கடைக்குப் போய் மிட்டாய் வாங்கிச் சாப்பிட்டு வாங்க. பாய் கடைக்குப் போங்க, அங்க தான் நல்ல சாக்லேட் கிடைக்கும். பார்த்து ரோடு கிராஸ் பண்ணுங்க மெதுவா போயிட்டு வாங்க என்று அனுப்பினான். மாயா நீ மட்டும் இங்க இரு, நீ சின்ன பொண்ணு போக வேண்டாம் அவளுக்கும் சேர்த்து வாங்கிட்டு வாங்க என்றான். அனைவரும் வெளியேறிய பின் உள் நுழைந்தது அவன் கை, அவள் ஆடைக்குள்.

அசௌகரியத்தை உணர்ந்தவள், சட்டென மேசை மீது மற்றொரு கைக் கொண்டு இடியென ஒரு அடி அடித்தாள். மாயாவின் கைகளை நெருங்கிய மேல் அதிகாரியின் கைப் பின் வாங்கியது. காலைல நீங்க கலர்ப் பத்தி பேசும்போதே பேசி இருந்திருக்கணும், பொறுமையா இருந்துட்டேன். ஆனா இதெல்லாம் பொறுத்துக்கவே முடியாது சார். சிறியவள், அழகற்றவள், கிராமம், சிட்டி, கருப்பு இது எதுவும் இப்ப தெரியாதா சார் உங்களுக்கு என்று உரக்கச் சொல்லி வெளியேறினாள் மாயா.

பேருந்து நிறுத்தம் அடைவதற்குள்ளே நிறைந்திருந்த கண்களைத் துடைத்த வண்ணம் மனதில் இருந்து அழுக்கான நினைவுகளைத் துடைத்தெறிய முனைந்தாள். பேருந்து வந்தது. ஏறி அமர்ந்தாள். எண்ணங்கள் எங்கெங்கோ சென்றது. பயணங்கள் நமக்குக் கற்றுத் தருவது தான் எத்தனை எத்தனை வாழ்க்கைப் பயணத்தில் பாதைகள் எளிதல்ல.

என்னதான் நாம ஒழுங்கா இருந்தாலும், இந்தச் சமூகத்தின் பார்வைக்கு நம்ம குற்றங்கள் தான் தெரியும், அவர்களின் குற்றங்களை மறந்து. ஏய் மாயா நீ என்ன பெரிய தைரியமான பொண்ணுன்னு நினைக்கிறியா? நீ தான் மெச்சிக்கணும், தவறில்லை என்ற போதும் மௌனமாய் இருப்பது , மேசை மேல அடிக்கிறது தான் உன் தைரியமா? நீ கோழை உனக்கு அழுகிறது விட்டா என்ன தெரியும்? உனக்கு நடந்தவற்றை யாரிடம் பகிர முடியும்? ஒன்று இழிவாக எண்ணுவார்கள் அல்லது அனுதாபப்படுவார்கள். இதுவா உனக்கு வேண்டும். சரி இப்போ என்ன பண்ண போற. நேர போய் கத்தி எடுத்துக் குத்த போறியா? எத்தனைப் பேரக் குத்துவ. இல்ல நீ உன்னையையே......

உன்னையே ஏமாத்திக்கிட்டுப் போலி சிரிப்புகளோட குறும்புக்காரி வேஷம் போடப் போறியா? போதும் மாயா போதும். உடைந்து அழுதாள் மாயா. சற்று நிதானித்துப் பார்த்தபோதே உணர்ந்தாள். அவள் மட்டும் தனியாகப் பேருந்தில். தான் இறங்க வேண்டிய இடத்தை விட்டு வெகுதூரத்தில். பணிமனை வந்து அனைவரும் இறங்கினர். இவளோ மனப் போராட்டத்தில், வழித் தவறினாள், வலிகளோடு.

எதையோ இழந்தவள் போல் பேருந்திலிருந்து இறங்கி வீட்டை நோக்கி நடக்கத் தொடங்கினாள். நெடுந்தூரம் நடந்து போது சிந்தனைகளும் நடைபோட்டது அவளுடன். மீண்டும் மீண்டும் கனவில் வந்த குரல்களும், இன்று நடந்தவையும் அவளின் எண்ணத்திலிருந்து அகலாமல் அவளை மொய்த்துத் தின்றது. ஏற்றத்தாழ்வு, வஞ்சகம் நிறைந்த சமூக வட்டத்தில் சிக்கிய மாயா மீளமுடியாமல், எத்தனைத் தொலைவு ஓடினாலும் வந்து சேர்வது மீண்டும் அதே இடம். சிந்தித்தாள், சிந்தித்தாள் நீண்ட நெடிய சிந்தனை வளையங்கள் பல கண்ணோட்டங்களில் பின்னப்பட்டது. சட்டெனக் கனவின் நீட்சி நினைவுக்கு வந்தது. அவள் தோள் மீது வந்த அந்தக் கை. அதைக் கண்டு ஏன் பயந்தேன். அதனால் கனவு

கலைந்து எழுந்துவிட்டேனே. சற்று பொறுத்திருந்தால் அது யார் எனத் தெரிந்திருக்குமே. அந்தக் கை ஆபத்தானது போல் தெரியவில்லையே. ஒருவேளை நம்மைக் காப்பாற்ற வந்திருக்குமோ. அப்போது யார் அந்தத் துணைவன்? என்னை மீட்க வந்த மாவீரன் யார்?

வீட்டின் கதவில் முட்டி நின்றாள் மாயா. நடை நின்றது. சிந்தனைகள் இல்லை. யார் அது? என்ற கேள்வி தொக்கி நின்றது. கதவைத் திறந்து உள்ளே சென்றாள், இருட்டி இருந்தது. மின் விளக்கை ஏற்ற மனமில்லை. இருளில் தனிமையில் நீண்ட நேரம் மாயா. தன்னையே அறியாமல் விழிகள் சொருகின ஆழ்ந்த இருளினுள். மீண்டும் மேசை மேல் மாயா. அதே ஓவியம் அழிக்கத் தொடங்கினாள். அழித்து சலித்து, முடியாமல் மேசை மேல் கவிழ்ந்தது சிரம். சிரமங்களோடு. அப்போது வந்தது அந்தக் கை. இப்போது மாயா நெட்ட வில்லை. நிதானித்துத் திரும்பி பார்த்தாள். பின் நின்றது....

மனோதைரியத்துடன் மெல்லத் திரும்பிய மாயாவின் விழிகள் விரிந்தது. கனவினுள் நான் காண்பது கனவா என்று தன்னைத் தானே சோதித்துக் கொண்டாள்.

மனிதம் ஆச்சரியங்களை கண்டு உறைதல் இயல்பு தானே.

பொய் என்னும் பேயோனைப் போர்ச் செய்யக் கூர்வாள் கொண்டவன், உண்மைகளை உலகிற்கு உரைக்க உயிர்ப்பித்தவன். தன் உடல் அழிந்தாலும் தான் கூறிய கருத்துக்களால் அமரத்துவம் பெற்றவன். எனக்குள்ளே ஒளிந்து கிடக்கும் எதுவாகினும், நல்லவை, அல்லவை; இறுக்கம், ஈர்ப்பு; கோப தாபம்; எதுவாகினும் என் கைக் கோர்த்து, தாள் சேர்பவன். பல நிறங்களில் அவன் இருப்பினும் அவனின் எந்த நிறத்தையும் நான் தாழ்த்தியதில்லை அது போல் அவனும். அதிகம் நீல கண்ணனாய் மாயாவின் வாழ்வில் மாயம் செய்தவன் ஆயிற்றே. அவனோடு நான் இருந்த நாட்களில் என் மனப் பாரங்களை உடைத்து மண்ணாக்கி அதை வைத்தே கோபுரம் எழுப்பி அமைதி என்னும் உச்சியில் என்னை ஆசுவாசப்படுத்தியவன். உன்னை எப்படி மறந்தேன் நான், என மாயா அவனை இறுக பற்றினாள்.

ஆம் கனவில் அவள் தோள் தொட்டது ஒரு எழுதுகோல். மனித உடல், பேணா முனை முகம் கொண்ட அவளின் கற்பனைத் தோற்றம் அவளுக்கு நினைவூட்டியது அவளின் எழுத்து திறமை.

சமூக அவலங்கள், ஏற்றத்தாழ்வுகள், பிரிவினைப் பேதங்கள், நம்மை ஒடுக்கத்தான் செய்யும். அதில் உன்னை இழந்துவிடாதே, பழையன உன்னைப் பழித்தாலும் வரும் நாட்களை உன் திறமைக் கொண்டு புதுப்பித்துக்கொள். அந்தப் பழைய கசப்பான நினைவுகளை மறந்தோ, மறுத்தோ, மறைத்தோ அல்ல மருந்தாக்கிப் புதிய பாதைச் செய்.

அழிக்கவல்லத் தன் நினைவுகளில் சிக்கி மீள முடியாமல் தன்னைத் தானே அழித்துக் கொள்ளும் நிலையில் மாயாவிற்குத் தோன்றிய கேள்வி, எதற்கு அழிக்க வேண்டும்? ஏன் மறைக்க வேண்டும். ஏன் நீக்க வேண்டும்?

தன் தோழன் கரம்பிடித்து அந்த ஓவியத்தின் மேல் தலைப்பிட்டாள் மை ஃபர்ஸ்ட் புக்.